ngô tịnh yên

LỤC BÁT YÊN

LỤC BÁT YÊN

Thi Tập

Ngô Tịnh Yên

Thơ phổ nhạc: TRẦN DUY ĐỨC, HUEY NGUYỄN

Tranh bìa & Phụ bản tranh: Đinh Trường Chinh

Thiết kế bìa & Dàn trang: Lê Giang Trần

ISBN # 979-8-3304-6800-3

Ấn hành lần thứ nhất tại Hoa Kỳ, tháng 10 - 2024

Copyright information:

Ngô Tịnh Yên©. All Rights Reserved. 2024

E-mail tác giả:

ngotinhyen@yahoo.com

Ấn phí: $18 USD

ngô tịnh yên

lục bát yên

thi tập

SỐNG PUBLISHING - 2024

Tranh Đinh Trường Chinh

Khánh Ly
LỤC BÁT YÊN

Trời hôm nay không nắng. Trời hôm nay cũng không mưa. Trời hôm nay, chẳng ra làm sao cả. Tôi chợt cảm thấy một chút gì bâng khuâng, xao xuyến. Không hẳn nhớ. Không hẳn thương. Không hẳn vui. Không rõ buồn. Cái cảm giác chợt đến lạ lùng lắm. Không biết phải nói ra thế nào. Không nói ra được. Nhưng rõ ràng, tôi cảm thấy chênh vênh hụt hẫng. Có hoang mang. Có một chút quạnh quẽ... Tôi đang ngồi một mình dưới hiên sau, trên tay là tập thơ của Ngô Tịnh Yên.

Tôi mường tượng dáng dấp người con gái tôi đã gặp qua một lần, rất vội. Yên, người mong manh, làn da không son phấn, hơi xanh xao. Tóc ngang vai, trang phục bình thường. Thoạt nhìn Yên, tôi có ngay cái cảm giác... không thường ở nơi người con gái ấy. Tôi gọi Yên là con gái bởi cô không có cái dáng dấp của một người đàn bà. Cái... không thường tôi cảm nhận được nơi Yên là những điều... tôi đọc được ở trong ánh mắt, trong cái nhìn của Yên. Đó chính là cái lãng mạn năm 2000 tôi đang cầm trên tay.

Trước khi đi vào nhạc, tôi là một người yêu thơ. Yêu hơi sớm những bài thơ Lục Bát của nhà thơ Nguyễn Bính. Hơi sớm là bởi lúc đó tôi quá nhỏ, vừa qua tuổi lên 10. Yêu nhạc buồn. Yêu thơ sầu nên đời chẳng mấy lúc vui. Nhà thơ Nguyễn Đình Toàn dẫn đưa tôi vào thế giới của thơ... Đây Tao Đàn, tiếng nói của thơ văn miền Nam do Đinh Hùng phụ trách... Lúc đó tôi mới 14 tuổi, có thể là 13 không chừng. Đó là lúc tôi gặp ông Trần Dạ Từ người ngợm đen ngòm, quần áo xốc xếch, chân mang dép, cưỡi mô-by-lét. Mà tôi cũng chẳng đẹp hơn ông là bao nhiêu.

Cũng như khi bước vào nhạc, tôi chẳng hiểu vì sao cánh cửa nào cũng không nỡ vì tôi mà đóng lại. Trước Trịnh Công Sơn cả gần chục năm là Nguyễn Đình Toàn giúp tôi làm quen với cả thơ và nhạc. Chẳng hiểu ông nhìn thấy cái gì ở tôi, trong giọng ngâm, trong tiếng hát của tôi. Tất cả mọi thứ ở tôi đều thuộc loại... không hẹn mà đến... Tôi như một bài thơ sai vần, một bài hát lạc điệu của một người lần đầu tiên làm thơ, viết nhạc. Thế nhưng tôi lại không hề bị chối từ. Sự chấp nhận dù không nồng nàn cũng là chấp nhận. Cánh cửa dù chỉ hé ra một chút, cũng có nghĩa là cửa không đóng và tôi có thể bước vào.

Tôi yêu thơ vô cùng. Thơ trở thành bạn, một tình bạn thủy chung cho tôi gửi gấm niềm riêng, đặc biệt là thơ Lục Bát. Đặc biệt là thơ Nguyễn Bính. Sau đó nhiều năm, tôi thường ngâm cho Trịnh Công Sơn nghe và lần cuối tôi cũng ngâm câu lục bát của Nguyễn Bính ở nhà anh chị Lễ vào một đêm mưa mùa mùa Đông đầu năm 1975... *"Mà sao giấc ngủ không dài. Mà đêm không ngắn mà trời cứ mưa. Ở đây tôi sống như thừa. Cố đem men rượu tẩm vừa lòng nhau..."* Những người cùng ngồi với tôi đêm hôm đó, hiện đang ở rải rác khắp nơi. Chỉ thiếu một người. Một người không nên thiếu.

Thời gian cứ lặng lẽ trôi. Tất cả đã là quá khứ, lặng lẽ và ngủ yên trong nấm mộ thời gian. Bốn câu thơ kia dẫu có ngàn năm nữa trôi qua, tôi cũng không hề quên mà mỗi lần ngâm lên, hình ảnh ngày xưa như mỗi lúc mỗi sáng hơn, rực rỡ, đẹp đẽ hơn. Tôi đã thử cố quên nhưng lại... quên trong nỗi nhớ. Từ những sợi nhớ mong manh nhưng dằng dặc như mây trời, mềm mại nhưng bền chắc và bất biến theo với thời gian, tôi biết rõ một điều tôi vẫn yêu thơ Lục Bát dù không phải của Nguyễn Bính. Cho đến tận bây giờ.

Cái xao xuyến bâng khuâng kia không phải tự dưng tôi cảm nhận được. Chính là từ Yên đó. Từ Ngô

Tịnh Yên và *"Lãng mạn năm 2000"*. Những câu thơ Lục Bát của Yên có một nét đẹp... bất thường. Nếu tôi đã từng nghĩ rằng tất cả những hạnh phúc tôi nhận được ở cõi sống này đều là những hạnh phúc tuyệt vời, đẹp đẽ đến xót xa thì Lục Bát của Yên cũng nằm trong đó. Đọc thơ Yên, tôi không buồn bã, không đau đớn mà... xót xa. Cái cảm giác này tôi đã trải qua khi hát một bài hát của Trịnh Công Sơn. Bất cứ bài nào, ngày xưa hay bây giờ. Nỗi xót xa kéo dài gần 30 năm. Gần nửa đời người. Nếu ai đó đã từng sống với những xót xa suốt nửa đời người giống như tôi, sẽ cảm nhận được điều này. Sẽ hiểu vì sao có những người khóc mà lệ chảy trong lòng.

Tôi không hề muốn làm một so sánh giữa nhạc và thơ dù cả hai đều cùng tôi rất gắn bó, dù thơ tự nó vốn đã là nhạc và nhạc Trịnh Công Sơn vốn đã là thơ. Tôi chỉ muốn nói ra rằng tôi luôn luôn nhìn thấy một điều gì đó của chính mình trong nhạc Trịnh Công Sơn và hôm nay trong thơ của Yên. Ngô Tịnh Yên. Hạnh phúc đắng cay và ai cũng muốn nếm thử ít nhất một lần trong đời.

Từ lâu rồi, tôi không còn tin ở câu... Văn là người. Không những không tin mà tôi còn thấy đó là một sự... khôi hài bi thảm. Nếu còn lại trong lòng tôi chút trân trọng để dành cho ai đó, thì điều đó vẫn còn nhưng không có nhiều người lắm... *"Nhưng cuộc đời đã làm tôi sợ hãi. Người với người đã trở thành thiên tai"...* Đó cũng là một trong những lý do vì sao niềm tin cứ ngày một hao hụt. Ở xứ lạ quê người, cứ thấy da vàng, tóc đen. Cứ nghe nói cùng một thứ tiếng, dù cho những ngày đông tháng giá, lòng bỗng ấm áp lạ thường. Cùng một thứ luân lạc bốn phương trời... Tương phùng hà tất tương thức... Thế mà những giây phút như thế cũng đã không hiểu từ lúc nào, đã trở thành những hạt bụi trong mắt. Đọc sách Mỹ. Có hiểu nó nói cái gì đâu. Ở Mỹ 22 năm rồi, vẫn Mỹ nói Mỹ nghe. Thôi ta đọc tiếng Việt cho... buồn chơi.

Tôi không hề nói rằng Thơ Yên Lục Bát *"Lãng Mạn năm 2000"* là số một. Cũng như chưa bao giờ tôi bảo rằng nhạc Trịnh Công Sơn là số một. Tôi đã yêu, đã đọc nhiều thơ của nhiều tác giả. Tôi vốn rất yêu thơ Du Tử Lê. Có điều nhạc Trịnh Công Sơn cho tôi một nỗi buồn êm ái. Thơ Tịnh Yên cũng cho tôi nỗi buồn êm ái. Cả hai, bước vào tim tôi, hồn tôi ngay phút đầu tiên. Đến và ở lại mãi mãi dài lâu trong niềm tin vốn còn lại rất ít.

A! Người con gái ngồi chờ tôi trước sân và đến khi gặp, lại chỉ nói vội với nhau vài câu, ngày hôm nay bỗng trở thành một nỗi buồn êm ái trong lòng tôi. Ngày hôm nay bỗng trở thành cái... bóng mát cho nỗi tan hoang... *sơn cùng thủy tận* (M.T.) của tôi, của nhiều người. Tịnh là Yên mà Yên cũng là Tịnh, cũng là Yên. Tên đã như thơ. Thơ đã là tên. Thơ có phải là người? Một người có cái nhìn rất lặng lẽ, thoáng một chút lạc lõng trong đời sống, thoáng một chút hồ nghi, sợ hãi với cuộc đời. Có phải đúng là nàng đó không, người con gái tôi đã gặp trong một thoáng vội vã và chỉ một lần.

Hôm nay là ngày đầu của một năm mới. 1997 rồi đấy. Ngày đầu của năm mới có gì lạ. Không có điều gì mới lạ xảy đến cho tôi, từ nhiều năm rồi. Tuy nhiên vì là ngày đầu tiên của 364 ngày còn lại, tôi gội đầu bằng bồ kết. Lựa một cái áo màu tím than. Đeo hạt trai. Tôi vốn thích hạt trai nên cũng chẳng có một lựa chọn nào khác ngoài hạt trai. Trắng và đen. Ngọc trai và ngọc thạch, cả hai đã chẳng từng tượng trưng cho sự trân trọng mà đơn giản đó sao. Tôi thích cả hai vì như thế và hôm nay, tôi tự tay đeo cho mình rồi sửa soạn mặt mũi chỉnh tề. Không để làm gì cả mà cũng chẳng để cho ai ngắm bởi tôi hiện tại, đúng là chỉ một mình.

Một mình nhưng không tuyệt vọng. Trái lại, tôi có lúc lại cảm thấy hình như rất hài lòng với cái sự việc một mình này. Quanh tôi rất... Tịnh và Yên... Chỉ có tiếng hát của chính tôi cất lên một bài tình ca. Trong lòng tôi hát. Tiếng hát chỉ mình tôi nghe thấy quyện lấy những câu thơ Lục Bát, bất ngờ tạo một sự êm ả khiến tôi dường như thấy mình đang ở ngoài cuộc sống này. Những tàn tro bay lên từ những tờ giấy vàng đốt trước một phần mộ lẻ loi đâu đó ở một nơi rất xa mà cũng rất gần. Một khuôn mặt. Nhiều khuôn mặt chập chờn vừa rõ nét đã vỡ tan ra trăm nghìn mảnh cùng sương khói.

Đám lục bình nằm lặng lẽ trong vũng nước bên cạnh con đường nhỏ tráng nhựa dưới chân đèo Hải Vân. Màu tím của hoa cũng lặng lẽ vươn lên trên màu xanh của lá. Hai hàng phượng vĩ giao nhau tỏa bóng mát cùng với gió, thổi bay những tà áo trinh nguyên. Gió lên. Gió lên. Gió lên cao nữa đi. Hai hàng phượng vĩ quấn quýt đan lấy nhau như vòng tay những người tình siết chặt. Phượng bay như mưa dưới gót chân rất hồng. Phượng bay như mưa. Mưa hồng. Tiếng lá e dè chạm vào nhau. Tiếng phượng rơi nhẹ trên mặt đường, êm như tiếng ru. Có nhiều đời người không bao giờ muốn thoát ra khỏi tiếng ru êm ái đó. Tôi cũng vậy.

Lục bát của Yên cũng êm như tiếng ru. Cũng đẹp như những cành phượng hồng ở quê nhà. Cũng lặng lẽ như mầu tím của đóa hoa nhỏ nhoi bên đường. Lục Bát của Yên là một góc phố nhỏ cho riêng hai người yêu nhau. *Lục Bát Yên* là một cuối đường khuất bóng. *Lục Bát Yên* là tình yêu cuồng điên thơm mùi gối chăn da thịt. Một thứ tình yêu nhỏ máu chứ không nhỏ lệ. *Lục Bát Yên* là ân tình được ném ra từ một bàn tay, mất hút biệt tăm trong vô cùng vô tận.

Khánh Ly

Tranh Đinh Trường Chinh

ABC... LÝ LỊCH

Em ở với oan khiên nào?
Bao la đất rộng trời cao – không nhà
Đứng giữa phố phường lạ xa
Hay nghĩa trang dạo ta bà liêu trai
Ngồi chung những tận cùng phai
Bên đời tan tác mấy loài rong rêu
Ở cùng bao kiếp dạt xiêu
Lang thang qua những sớm chiều cô đơn.

***

Lý lịch hình như có buồn
Nhưng quen nhân nghĩa coi thường tử sinh
Ít vui nhưng sống hết mình
Sáu tám – gởi lại tạ tình nhân gian.

Bạc

Trời bạc bẽo sao không buồn?
Lại buồn một kẻ bạc lòng xót xa
Chỉ là mây trắng thôi mà!
Phải đâu tóc bạc vì ta yêu người
Tường sầu nên trắng đó thôi!
Chẳng vì bạc lá mà vôi nhớ trầu
Đời bạc phận vết roi đau
Không đau – đau chỉ một câu bạc tình.

Bên bờ tử sinh

Người ngồi bên bờ tử sinh
Thương nhân gian bỗng tội tình bấy lâu
Ước gì được tạ lòng nhau
Phút giây ngắn ngủi hôm nào mộng mơ
Sinh tử đứng giữa đôi bờ
Mới hay hạnh phúc là giờ có nhau.

***

Nhân sinh đau khổ bùi ngùi
Cung đàn tiễn biệt xin vui một lần.

Bố cáo

Tìm cha thất lạc nơi nao...
Bao nhiêu chiếc đã gãy cầu quê hương?
Tìm mẹ tan tác hà phương?
Thất tung xứ sở tang thương ruộng đồng
Tìm em côi cút bên đường
Loanh quanh chỉ thấy phố phường ăn chơi
Tìm thăm bạn ở đâu rồi?
Miếng cơm manh áo trói đời mộng mơ
Tìm cố nhân... chẳng bao giờ....
Tìm tôi chiếc bóng bên bờ tử sinh.

Bốn mùa ra đi

Thu nghe có tiếng chân vàng
Đông nghe lạnh bước chân hàng mưa bay
Hạ nghe sấm vọng chân mây
Xuân nghe vỡ gót chân hài lung linh

***

Tôi nghe tiếng bước chân mình
Đôi khi ứa máu đường tình chông gai.

Bước ra
khỏi một mối tình

Bước ra khỏi một cuộc đời
Tim nghe ướt sũng như trời vừa mưa
Nhớ nhung rồi bỗng nhiên thừa
Dấu chân người đã lưa thưa đời mình.

***

Bước ra khỏi một mối tình
Giữ trong gương vỡ một hình dung ai...
Lỡ thời gian có nhạt phai
Đem ra lau bụi thấy ngày còn nhau.

ca dao thế kỷ mới

Gừng cay ơi! Muối mặn nè...
Sao gừng bỏ muối cho se sắt lòng?
Sáo ơi! Sao nỡ quên lồng
Những ngày ấm lạnh ta cùng bên nhau
Cau ơi! Héo hắt lá trầu
Bạc như vôi thế! Những câu ân tình
Trúc ơi! Sao chẳng nhớ đình
Để cho ai đứng một mình nhớ tre
Sợi dài ơi! Sợi vắn nè...
Lấy nhau chẳng đặng mình thề... hổng tha.

cái tôi không đáng ghét

Tôi không đáng ghét lắm đâu!
Giống Donquichotte, lâu lâu bất bình
Chém cối xay gió tan tành
Không chơi với kẻ vô tình, bất nhân.

Tôi đâu đáng ghét phải không?
Giống như cô Tấm bị đòn kế chi
Lòng tôi đau quá hóa lì
Chui vô quả thị mỗi khi chán đời.

Xin đừng oán ghét chi tôi!
Để khi nhắm mắt qua đời được... vui.

cổ tích

Mẹ bảo ăn khế trả vàng
Con cho khế mãi phũ phàng trả thôi!

Cha khuyên lấy đức làm người
Con sống nhân nghĩa miệng đời dèm pha

Ông dạy ăn ở thật thà
Con sống ngay thẳng người ta chê khờ

Bà kể chuyện cổ tích xưa
Nửa đời con vẫn còn chưa thuộc bài.

***

Nhìn làn khói bếp chiều nay
Ngỡ còn bé để đừng cay mắt mình.

cuội

Chú Cuội ơi! Xin hãy cười...
Hằng Nga còn đó, cuộc đời còn đây
Xin cho cổ tích còn hoài
Dù là không thật, để loài người vui.

Đàng nào
cũng thế mà thôi!

Đàng nào thì cũng xong rồi
Đôi người đôi ngã đôi nơi... cũng thường

Đàng nào thì cũng đoạn trường
Đòi phen đòi đoạn đòi cơn... phát rầu!

Đàng nào thì cũng không sao!
Thương yêu thương nhớ thương nào... em, anh.

Đàng nào mộng cũng không thành
Tạ ơn tạ lỗi tạ tình... mà chi!

Đãng trí

Ban đêm mà tưởng ban ngày
Muốn đi ra phố lại quay trở về
Cuộc đời cứ ngỡ xi-nê
Diễn cho xuất sắc ai dè... giỡn chơi
Lúc buồn lại giả bộ vui
Xém một chút giống cây cười trứ danh
Của người ta tưởng của mình
Cho nên thỉnh thoảng thất tình như điên!

Điều răn thứ 13

Tiếc gì một nải chuối xanh
Để yên... đừng hái trên cành xuống chi
Trái ngon ở chợ thiếu gì!
Đụng vào có bữa... một đi không về.

Đóa tình rơi

Có đóa hoa rụng bên lòng
Sáng nay thấy hạt sương trong qua đời
Hóa thành giọt nước mắt rơi
Của em ngày ấy phụ người trăm năm.

Có đóa hoa rụng âm thầm
Để rơi một chiếc gai đâm tim người
Thôi về nhặt đóa tình rơi...
Ép trong đau đớn tả tơi kiếp này.

Tranh Đinh Trường Chinh

Đời mây nhẹ

Hai mươi – tôi bước vào đời
trái tim hăm hở hát lời bình minh

Ba mươi – tôi lạc vào tình
trái tim khao khát dăm hình bóng qua

Bốn mươi – tôi giữa sân ga
trái tim mệt mỏi những hoa mộng buồn

Năm mươi – tôi chạm vào hồn
trái tim gượng gạo tưởng còn biết yêu

Sáu mươi – tôi rớt vào chiều
trái tim thiền định những điều mỏng manh

Bảy mươi – tôi trở về mình
trái tim thương tích hồi sinh ấu thời.

***

Cuộc đời – cuộc hẹn – cuộc chơi
trái trăm năm rụng cuộc cười vu vơ.

Ghen ngược

Cây chưa ghen bóng đổ dài
Bóng ghen cây đứng chờ ai bên đường
Mây chưa ghen nắng trong vườn
Nắng ghen mây lãng du phương chốn nào
Trăng chưa ghen gió lao xao
Gió ghen trăng dải bên lầu lả lơi
Qua chưa ghen bậu theo người
Bậu đã ghen ngược, trời ơi... mới kỳ!

Giờ thì...
chắc đã quên nhau

Giờ thì... chắc đã quên nhau
Ồ không! Nắng chỉ đổi màu sang thu

Giờ đây... trăng mộng đã lu
Hoàng hôn đã xế tình tư cũng mòn

Giờ thì... mèo chuột chẳng còn
Chơi trò rượt bắt để buồn cho đêm

Giờ thôi... nhắc chỉ buồn thêm
Thêm buồn đã chật như nêm sáng chiều

Giờ thì... chắc chẳng còn yêu
Nếu không! Sao chỉ mình kêu giọng buồn?

Gió

Gió bay lật những trang đời
Có hồng kỷ niệm hai người yêu nhau

Gió qua lật mấy trang nhầu
Thương trang mực tím hoen màu ước mơ

Gió tung lật những trang chờ
Để cho giấy trắng đợi thơ một mình

Gió hoang lật mấy trang tình
Còn đâu những lá thư xinh đôi hàng

Gió mùa lật vở sang trang
Năm dòng kẻ đã thời gian úa vàng.

***

Gió nghiêng lật những trang thơ
Yêu thương giữ lại dăm tờ cho nhau.

Hoa tim

Em tên là cánh hoa buồn
Lạ thay hương phấn, lạ thường xinh xinh
Cho liễu thân vốn đa tình
Dưới đèn chết bất thình lình đêm đêm.

Em tên là cánh hoa hiền
Mà sao có kẻ vô duyên muộn phiền
Hay là cần một chút điên
Để cho đời sống tham thiền phút giây.

Em tên là cánh hoa say
Thả trôi sông nước cuồng quay sóng tình
Đang bơi thuyền bỗng chòng chành
Sao không níu lại tình xanh sắp chìm?

Em tên là cánh hoa tim
Cho nhân gian mãi kiếm tìm tim hoa.

Hỏi ngã về đâu?

Đêm nằm mộng thấy nhân duyên
Trao trang định mệnh có huyền nhiệm đau
Chấm ở đâu... phẩy nơi nào?
Xô nhân gian lại ngã vào trần gian
Qua chùa ngả mũ hỏi han
Thấy Không tìm Sắc gặp trăng lưỡi liềm.

Cuối đời nhẹ tựa cánh chim
Dù còn nghe nặng trái tim yêu người.

hơi đâu mà buồn

Người đến vội, tình đi mau
Cuộc đời là thế... hơi đâu mà buồn!
Vừa nắng sớm, lại hoàng hôn
Thời gian là thế... tiếc thương làm gì?
Thời gặp gỡ, thời chia ly
Tình yêu là thế... việc chi âu sầu?

Phải rồi! hơi đâu... hơi đâu...

HỮU TÌNH
NGỒI NHỚ VÔ TÌNH

Hữu tình ngồi nhớ vô tình
Thế mà tình cứ lặng thinh... Thiệt tình!
Ước chi mình biết bạc tình
Để không đau đớn nhân tình đổi thay.

Làm người... làm thơ

Ngày xưa con bé ngu ngơ
Bây giờ nó vẫn khù khờ làm thơ
Hồi xưa con nhỏ ngây thơ
Giờ đây nó vẫn lơ ngơ làm người
Làm người khó lắm ai ơi!
Làm thơ mới dễ... hỡi đời phải không?

Loay hoay
duyên đã cạn rồi

Loay hoay cũng hết ngày rồi
mưu sinh cơm áo cợt cười gian nan

Loay hoay mà nắng đã tàn
biển sông cũng tận, đá vàng cũng phai

Loay hoay cũng hết đời này
có khôn cũng vậy, dại hoài cũng xong

Loay hoay thì cũng một vòng
âm hay dương cũng vô thường thế thôi!

Loay hoay duyên đã cạn rồi
cho đất cũng hận, để trời cũng điên.

***

Độc thân, độc ẩm, độc huyền
Loay hoay tôi thấy tôi thiền... là sao?

lòng hoe hoe buồn

Nắng vàng hoe, chợ vắng hoe
Vài ba ngọn cỏ loe hoe chái hè
Có người con mắt đỏ hoe
Về qua chốn cũ lòng hoe hoe buồn.

Tranh Đinh Trường Chinh

mèo chuột

Tom của Jerry đâu rồi?
Cho mèo hoang cứ rong chơi chốn nào...
Và Kitty đã làm sao?
Mickey Mouse vẫn lao đao trốn tìm
Thế gian ba nổi bảy chìm
Sao mèo cứ nỡ đau tim chuột hoài?

một lần
nghe bước tình đi

Một chiều tim đập thờ ơ
Bỗng nghe đời sống thẫn thờ buồn sao!
Một ngày lòng bớt xôn xao
Chợt nghe tình hết dạt dào tơ vương
Một đêm mộng chẳng bình thường
Còn nghe mơ gọi giấc tương tư hoài
Một đời tay chẳng cầm tay
Sao nghe lạnh lẽo tháng ngày tiêu hao
Một khi chối sắc quên màu
Đã nghe môi hết ngọt ngào kinh thi.

Một lần nghe bước tình đi
Có người lặng lẽ quy y đời mình.

muội huynh
đệ tử của tình

Huynh còn thương muội không? – Còn
Chúc Anh Đài sẽ theo hồn Lương Sơn...
Muội còn thương huynh nữa không?
Doanh Doanh thích Lệnh Hồ Xung quá trời
Trương Vô Kỵ xếp kiếm thôi!
Cùng Triệu Minh vẽ một đôi chân mày
Chàng Vi Tiểu Bảo không may
Nên phòng the cứ loay hoay sáng chiều
Thương chàng Quách Tĩnh xạ điêu
Hoàng Dung tập phóng phi tiêu, đánh cờ

A Châu oan nghiệt không ngờ
Kiều Phong rừng trúc bơ vơ nghẹn ngào
Tiểu Long Nữ cổ mộ sầu
Chờ Dương Quá hẹn nói câu chúng mình
Đoàn Dự bỗng chọn cửa thiền
Để Linh, Thanh, Vương Ngữ Yên thất tình.

Ngựa theo Đường Tăng thỉnh kinh
Muội, Huynh -- đệ tử của tình -- theo ai?

Những ngón tay ký ức

Tiếng gà gõ cửa sớm mai
Mưa gõ mấy giọt nhớ ngoài vườn khuya
Đàn gõ dăm phím chia lìa
Ngựa hoang gõ móng bên bìa rừng xa
Hát bội gõ trống phèng la
Cải lương gõ phách cầm ca nhắc tuồng
Lá rơi gõ rát mặt đường
Giang hồ gõ bước chân mòn phố đêm

Mõ dùi gõ chốn tôn nghiêm
Giấc mơ gõ liếp phên tiềm thức xưa
Bàn cờ gõ những được, thua
Xe tang gõ bánh tiễn đưa từng người
Trong lồng ngực gõ tiếng đời
Ngoài thân xác gõ tiếng cười tỉnh say.

***

Bàn tay gõ nhịp trả, vay
Ta – chim gõ kiến – gõ hoài đời nhau.

Những vai đóng thế trên màn bạc đời

Lá tươi thay chiếc lá bay
Đèn thay bóng rọi, chân thay nẻo về
Ổ khóa thay cái bản lề
Bếp lò thay củi, phòng the thay màn
Bàng hoàng thay nỗi rộn ràng
Xót xa thay lúc hân hoan thuở nào
Bức họa thay những gam màu
Nhà ga thay mãi chuyến tàu ngược, xuôi

Robot thay những con người
Thay tên đổi họ, thay đời, đổi nhau
Bãi cồn thay thế nương dâu
Đổi ngôi thay những vì sao chập chờn

***

Lâm chung thay lúc lâm bồn
Nuối ngày tháng cũ – thay hồn còn đâu!

Nửa khuya tóc trắng

Ngày se cát, đêm dã tràng
Đại dương cũng khóc lỡ làng đôi khi
Ngày tạc dạ, đêm khắc ghi
Thời gian cũng vội xóa đi đôi điều
Ngày phách tận, đêm hồn xiêu
Bóng trăng đôi lúc cũng phiêu diêu buồn
Ngày sông cạn, đêm đá mòn
Trăm năm đôi bận cũng còn phụ nhau.

Đôi lần nhổ sợi tóc sâu
Thấy đêm ngày lướt trắng phau đời mình.

Ơ hay!

Ơ hay! Đất chẳng chịu trời
Thì trời chịu đất cho rồi, chở sao!

Ơ hay! Kép chẳng nhớ đào
Nên đào nhớ kép biết bao cho vừa...

Ơ hay! Nắng chẳng chờ mưa
Để mưa đợi nắng từng giờ khát khao...

Ơ hay! Bí chẳng yêu bầu
Thì bầu thương bí... ví dầu gần xa

Ơ hay! Bậu chẳng thương qua
Qua đành thương bậu để mà... biết yêu.

ốm

Bây giờ em ốm hơn xưa
Bao câu cay đắng vẫn chưa vừa lòng
Em đang ốm o gầy mòn
Nỗi đau đem gởi vào trong tiếng cười
Giờ em ốm yếu cả lời
Muốn thơ gác bút, thèm nơi yên nằm
Em nay ốm nhom như tằm
Nhả tơ hận tủi lạnh căm má đào
Bây giờ em ốm xanh xao
Thương mình nhớ thịt da nào đã xa.

Phiêu

Chút phiêu linh gởi phiêu bồng
Sao phiêu bạt mãi những lòng phiêu du?
Tình nào phiêu hốt sương thu
Để mây phiêu lãng với phù du trôi
Gió trăng phiêu dạt cõi đời
Ta mạo hiểm giữa tim người phiêu lưu
Trăng phiêu ngưỡng khúc cô liêu
Thả rơi một chút phiêu diêu chỗ nằm.

Ru tình đã quên

Ru câu... xa mặt cách lòng
ngỡ như sông cạn đá mòn tình ơi!

Ru lời... bèo dạt mây trôi
ngỡ trăm năm vẫn nhớ lời trước sau

Ru câu... cởi áo cho nhau
ngỡ rằng áo cũ còn lau lệ tình

Ru lời... tát nước đầu đình
ngỡ soi trăng cũ còn mình với ta

Ru câu... bước xuống vườn cà
ngỡ tầm xuân nụ vẫn là ngày xưa

Ru lời... tay bứt ngọn ngò
ngỡ thương đứt ruột, ai ngờ đã quên.

saigon
mười năm trở lại

Thả cánh hoa trên sóng này
Tiễn đưa một cuộc tình nay đã tàn
Rót đầy ly rượu dở dang
Rưới lên mộ chí giải oan đời mình

Xé trang nhật ký ngày xanh
Để rơi nước mắt ân tình xuống tay
Soi nghiêng mấy ngọn lửa gầy
Đốt dòng thư cũ khói cay nửa đời.

***

Gõ lên một tiếng chuông dài
Hồn ta siêu thoát đường mây xứ người.

Tranh Đinh Trường Chinh

sanh thần

Thắp lên trăng ngọn nến xanh
Cựa mình lá mọc dăm cành nhớ quên
Đốt cho chiều ngọn nến đen
Đợi trăng soi nhớ, quên đèn đêm thâu
Khơi vào khuya ngọn nến nâu
Thay vài chân tóc đổi màu đi hoang
Rót qua trưa ngọn nến vàng
Tưởng như có bọt nắng đang bềnh bồng
Cháy trong tim ngọn nến hồng
Đủ soi định mệnh diễn tuồng lả lơi.

*

Thắp dâng tình giọt nến vui
Riêng ta tàn hết ngọn đời cho ai?

TẤT NIÊN

Cuối năm pháo nổ bên đường
Bụi mờ phủ chiếc xe đòn chạy ngang
Người nào ra với nghĩa trang
Hành trình cùng với năm sang tháng tàn?

Những người yêu đã chia tan
Để cho nhau mỗi bẽ bàng xuân qua
Có người mơ chuyến đi xa
Không buồn, không hận, không là... không... không...

Cô liêu ghé mái hiên buồn
Sưởi tim một chút lửa hồng nhà ai...
Để nghe đời quá lạc loài
Thấy người mà tưởng mình ngày nào xưa.

Thề

Hồi xưa đã ngoéo tay rồi
Cho dù da dẻ đồi mồi có nhau
Sao nay má vẫn hồng đào
Mà lệ em đã phai màu sắt son?

THI SĨ

Thức dậy cùng với nát tan
thấy ta tươi rói – nắng vàng tươi vui

Buổi trưa nuốt những nghẹn lời
thấy mình tươi tỉnh – nên trời chẳng mưa

Chiều về che lấp bơ vơ
thấy ta tươi tắn – cây mơ lá mừng

Đêm giấu nỗi lòng bi thương
thấy mình tươi thắm – phố phường nên thơ

***

Đớn đau bằng nước mắt khô
Con tằm vẫn cứ nhả tơ dẫu buồn.

Thiếu thừa

*Thiếu gì nắng – thiếu gì mưa
thiếu nhau lại thấy rất thừa thời gian*

*Thiếu chi gió – thiếu chi trăng
thiếu đôi mình thấy trần gian không hồn*

*Thiếu gì vui – thiếu gì buồn
chỉ thừa hơi ấm chiếu giường dửng dưng*

Thiếu chi biển – thiếu chi rừng
chỉ thừa phố xá lạ lùng không quen

Thiếu gì bạc – thiếu chi tiền
thiếu một người cũng thừa thiên hạ nhiều

***

Thiếu gì... người ghét, người yêu
Tấm lòng chân thật bao nhiêu mới thừa?

Thong dong mặt trời

Con tim khắc một chữ đời
Ngàn năm bóng dáng con người hiện lên
Mộng là bão tố bình yên
Ngủ trong cỏ lá triền miên nụ cười
Ước mơ – bay giữa bầu trời
Tình yêu đứng giữa những lời thủy chung.

***

Một trò chơi lớn chưa xong
Mai ta về đất thong dong mặt trời.

Tờ lịch cuối

Tờ lịch cuối – tháng mười hai
Tay ai xé vội cho ngày vừa đi...
Áo thời gian đã đứt khuy
Để trần gian lạnh mỗi khi gió lùa
Những mùa đời rung động xưa
Đã không ngoảnh lại bao giờ nữa đâu
Lúc còn nhau khi mất nhau
Rơi theo tờ lịch cuối, đầu một năm.

trái gai

Con trai không biết nịnh đầm
Để cho con gái than thầm: Ghét ghê!
Con trai phớt tỉnh ăng-lê
Cho nên con gái mới trề cái môi
Con trai hứa đó rồi thôi!
Nói thì hay lắm... nói rồi quên ngay
Con trai bắt cá hai tay
Đến khi vuột hết than ngày trách đêm
Con trai hay khoái lem nhem
Thế thì con gái đâu thèm làm chi!

Con trai khi yêu rất lì
Biết đâu con gái còn chì hơn cơ!
Con trai dù khôn thấy mồ
Con gái không thích thì... chờ đi nha!

***

Trai Adam, gái Eva
Ăn vô mắc cổ nên là... trái gai.

trăng saigon

Tình yêu tôi tên Saigon
Vầng trăng thuở ấy vẫn còn giai nhân
Người tôi yêu mãi thanh tân
Như rằm sáng rực buổi thân chạm hồn.

Tranh Đinh Trường Chinh

trong, ngoài

Ngoài sinh tử lập Niết Bàn
Trong còn mất gặp Thiên Đàng trước sau

Ngoài niềm vui có nỗi đau
Trong lặng lẽ có lao xao ước nguyền

Ngoài nợ thường không có duyên
Trong duyên có nợ ưu phiền phút giây

Ngoài gió mây lại có mây
Trong vơi cạn lại lấp đầy biển sông

Ngoài xa cách có chờ mong
Trong hạnh ngộ lắm long đong nỗi đời.

***

Ngoài đôi ta có hai nơi
Trong một kiếp có ngàn đời yêu nhau.

thơ phổ nhạc

Tranh Đinh Trường Chinh

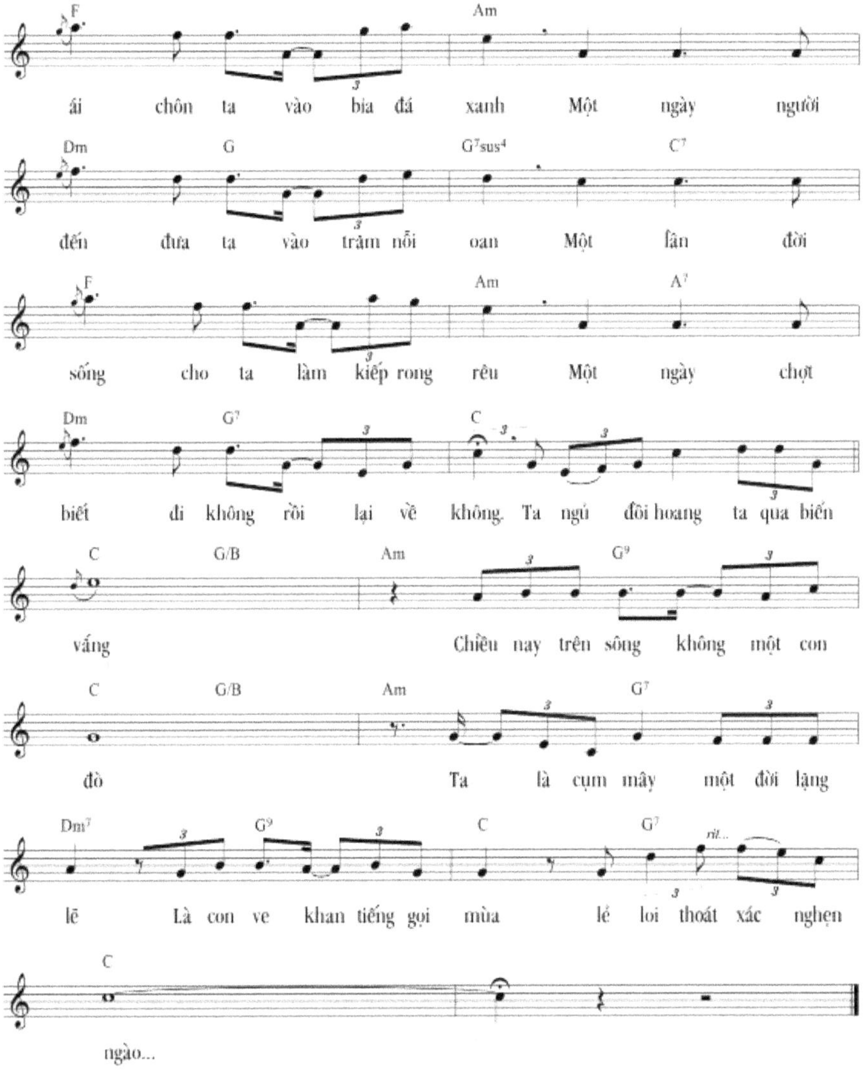
F Am
ái chôn ta vào bia đá xanh Một ngày người
Dm G G7sus4 C7
đến đưa ta vào trăm nỗi oan Một lần đời
F Am A7
sống cho ta làm kiếp rong rêu Một ngày chợt
Dm G7 C
biết đi không rồi lại về không. Ta ngủ đồi hoang ta qua biến
C G/B Am G9
vắng Chiều nay trên sông không một con
C G/B Am G7
đò Ta là cụm mây một đời lặng
Dm7 G9 C G7
lẽ Là con ve khan tiếng gọi mùa lẻ loi thoát xác nghẹn
rit...
C
ngào...

Santa Ana, California, 1990.

Ngọn tóc chẻ đôi

Thơ : Ngô Tịnh Yên & Nhạc : Huey Nguyễn

phụ lục

Tranh Đinh Trường Chinh

The Falling Leaf

The wind is in high frolic with the rain
Outside the garden a little yellow leaf
Clinging desparately to its mother brand.

I pick up the leaf
And put it in the book,
Giving it a home.

Bruce Lee

LÁ RƠI

Trên cao mưa gió rộn ràng
Ngoài vườn chiếc lá níu vàng nhành cây.

Tôi nhặt chiếc lá rơi này
Đặt lên trang vở - nơi đây quê nhà.

Ngô Tịnh Yên

Elle

C'est le matin
Un rayon du soleil glisse à sa fenêtre
Jusqu'au lit rose
Elle a passé, la jeunne fille
Elle fait le tour
A la main une fleur qui brille
Elle regarde et dans ses yeux bleus se met à rire
Puis elle semble me dire
Soyons, la vie est merveilleuse

Eric Cantona
(Manchester United)

nàng

Sớm mai nắng chiếu qua song
Vươn tia ấm đến giường hồng, nàng đi
Luân lưu một đóa xuân thì
Trên tay rạng rỡ hoa gì xanh tươi
Nhìn hoa mắt biếc reo vui
Nàng như thầm nhủ cuộc đời đẹp sao!

Ngô Tịnh Yên

The Road Not Taken

Two roads diverged in a yellow wood,
And sorry I could not travel both
And be one traveler, long I stood
And looked down one as far as I could
To where it bent in the undergrowth;
Then took the other, as just as fair,
And having perhaps the better claim,
Because it was grassy and wanted wear ;
Though as for that the passing there
Had worn them really about the same,
And both that morning equally lay
In leaves no step had trodden black.
Oh, I kept the first for another day!
Yet knowing how way leads on to way,
I doubted if I should ever come back.
I shall be telling this with a sigh
Somewhere ages and ages hence:
Two roads diverged in a wood, and I -
I took the one less traveled by,
And that has made all the difference.

Robert Frost

Lối vắng

Rừng vàng hai hướng rẽ chia
Lòng phân vân quá, lối kia... lối này
Lữ hành dõi mắt nơi đây
Nhìn đường uốn lượn ngàn cây phương nào

Ta đi thôi, khác nẻo đường
Lối mòn cũng giống tim mòn đôi khi
Cỏ trơ mọc giữa vô vi
Lòng ta trơ trọi lối đi nẻo về

Đường thu lá đã úa màu
Ngập rơi khắp lối không làu dấu chân
Hẹn nhau ngã rẽ một lần
Dù mai gặp gỡ cố nhân chẳng hề...

Thời gian ơi! Chợt thở dài
Hai phương rừng thẳm loay hoay bụi mờ
Đường đời thôi khác nẻo mơ
Độc hành cô lữ không chờ đợi ai.

Ngô Tịnh Yên

The Silent Flute

I wish neither to possess,
Nor to be possessed.
I no longer covet paradise,
More important, I no longer fear hell.

The medicine for my suffering
I had within me from the very beginning,
But I did not take it.
My ailment came from within myself,
But I did not observe it
Until this moment.

Now I see that I will never find the light
Unless, like the candle, I am my own fuel,
Consuming myself.

Bruce Lee

Sáo Lặng

Tôi có gì... không vấn vương,
Không sợ địa ngục, thiên đường không si
Liều thuốc xoa dịu ích chi!
Đã không cần đến tự khi khởi đầu
Từ trong sâu thẳm khổ đau,
Giờ tôi chiêm nghiệm, trước sau chẳng màng
Không thấy ánh sáng, họa hoằn...
Như ngọn nến cháy bừng, tan một mình.

Ngô Tịnh Yên

Momentary Love

My heart belongs to whom?
I don't know
Loving between two of you
Had driving me to insanity
Feeling like a fool
But I can't let things flow by
Choosing love out of love have torn me apart
The moment when you with me was gone
For a momentary of my life
Deep inside I know I can't smile I can't hide
I was love you tear from my eyes is for you.

Eliza Ngo

Thoảng chút tình qua

Trái tim em thuộc về ai?
Làm sao biết được – đường hai nẻo tình
Đưa em vào chốn điêu linh
Hay đưa vào cõi thấy mình ngu ngơ
Nhưng thôi đành phải thờ ơ
Tình yêu lầm lẫn che mờ con tim
Tính thoảng qua hai đứa mình
Cũng là giây phút nghe tình bấp bênh
Sâu trong thăm thẳm tim mềm
Cho anh nước mắt lòng em khóc thầm.

Ngô Tịnh Yên

lời bạt

Tranh Đinh Trường Chinh

Nguyên Sa

Thi Nhãn Ngô Tịnh Yên

"Chữ dẫn" với những kỹ thuật và biến dạng khác biệt có từ những khoảng đầu đời lục bát, "con cò con vạc con nông", vẫn có mặt trong lục bát ở quê người, tôi rất thích lục bát Ngô Tịnh Yên lúc gần đây với những cụm từ "người đi", trong "nghe chừng tâm sự bọt bèo", "trong" của "Nhập Thể". "Người đi", cụm từ khởi đầu bài này, "trong", chữ giữa của cụm từ mỗi lần mỗi đổi khác, mỗi lần vẫn còn nguyên của bài kia.

Người đi
soi cội tìm nguồn
nghe trong cơ thể hao mòn khớp xương

Người đi
tháng giận năm hờn
nghe phai đường chỉ trong lòng bàn tay

Người đi
phiêu dạt hình hài
nghe trong ngôn ngữ một vài gieo neo

Người đi
phách lạc hồn xiêu
nghe chừng tâm sự bọt bèo nổi trôi
[Nghe chừng tâm sự bọt bèo / Ngô Tịnh Yên]

Chữ dẫn của "nhập thể", nằm giữa trong cụm từ, hai từ trước và sau đổi, làm thành những đầu khác biệt của một chuỗi chữ dẫn, đổi thay mà vẫn nối buộc chặt chẽ bởi từ ở giữa bất biến:

Mưa trong nắng
nắng trong mưa
Mầm hoa trong cỏ cũng vừa thụ thai

*

Mây trong gió
gió trong mây
Tình yêu trong mắt cũng đầy nhớ thương

*
Sương trong lá
lá trong sương
Vầng trăng trong lửa cũng dường cháy lên
*
Quên trong nhớ
nhớ trong quên
[Nhập Thể / Ngô Tịnh Yên]

Chữ dẫn Ngô Tịnh Yên một mình nó, tách rời khỏi toàn thể thơ Ngô Tịnh Yên, đã dịu nhẹ, tình tự trong nội dung, nhiều đầu, biến đổi linh động và bất ngờ trong kỹ thuật. Chữ dẫn từng chùm, khác biệt mà vẫn đồng nhất, "mưa trong nắng, nắng trong mưa, mây trong gió gió trong mây, sương trong lá lá trong sương, quên trong nhớ nhớ trong quên", kết hợp toàn bộ thành "một vượt khởi" chữ dẫn, thành thơ trong thơ. Lưu Trung Khảo nói chữ dẫn trong thơ Trung Hoa được gọi là "thi nhãn". Mắt của thơ. Mắt của thơ trong thơ Ngô Tịnh Yên là cặp mắt biết đổi màu theo nắng và mưa, mây và gió, sương và lá, nhớ và quên.

...

Lục bát Ngô Tịnh Yên:

Mưa trong nắng
nắng trong mưa
Mầm hoa trong cỏ cũng vừa thụ thai

Lục bát Ngô Tịnh Yên:

Người đi
soi cội tìm nguồn
nghe trong cơ thể hao mòn khớp xương

Lục bát Ngô Tịnh Yên:

Kiếp xưa của sáng là chiều
Cho nên nắng phải ít nhiều mưa sa

Lục bát Ngô Tịnh Yên:

Tiễn đưa nhau
Một nụ cười
Sang sông ngoảnh lại nửa đời buồn tênh

Tiễn đưa nhau
Cuộc đăng trình
Hay là một cuộc hành hình đớn đau

Tiễn đưa nhau
Tiễn đời nhau
Từ đây một giấc chiêm bao hãi hùng.

Tiễn nhau đàn lạnh, âm chùng
Nhìn nhau một buổi, lạ lùng hai nơi.

Thơ lục bát Ngô Tịnh Yên tươi mát, đầy tình tự, hình ảnh đẹp và bất ngờ, *"Mưa trong nắng, nắng trong mưa. Mầm hoa trong cỏ cũng vừa thụ thai"*, tình yêu dựa lưng vào thiên nhiên, bát ngát đến tuyệt vời. Có chứ. Tôi rất thích lục bát Ngô Tịnh Yên.

[Trích "Cuộc hành trình tên lục bát"
— Sổ Tay NGUYÊN SA]

Du Tử Lê
phong cách lục bát
Ngô Tịnh Yên

Không phải những tác giả mới, không ném mình vào lục bát. Trái lại. Rất nhiều. Nhưng những tác giả này, không thấy đó là một thách đố tử, sinh. Đa phần, họ chỉ thấy lục bát như: một dòng sông tĩnh tự êm ả / một giải lụa ẩn dụ mềm mại / chuỗi hư tự, hư ảnh rất... hư không... mà thôi. Rất ít tác giả, thấy lục bát là ngọn núi sừng sững chẻ đôi trời, đất, chẻ đôi nhật, nguyệt. Chẻ đôi sáng, tối.

May mắn thay, (may mắn tới kinh ngạc, (vẫn) theo tôi,) một tác giả trẻ, rất trẻ, không những đã đến, còn ở lại được với lục bát. Đó là lục bát Ngô Tịnh Yên. Ngô Tịnh Yên không chỉ đến / ở với lục bát mà, Ngô Tịnh Yên còn mang thêm cho lục bát phần máu huyết, phần thịt xương riêng, của chính nàng.

Tôi sẽ không ngạc nhiên, nếu trong tương lai, bắt gặp phong cách, thịt xương lục bát Ngô Tịnh Yên, nơi những người làm thơ lục bát khác.

Du Tử Lê
(Những năm hai ngàn)

Tranh Đinh Trường Chinh

Luân Hoán

Lục bát Ngô Tịnh Yên

Đọc lục bát Ngô Tịnh Yên, thi sĩ Nguyên Sa tìm thấy người hoa họ Ngô đang lần tay gõ qua các cánh cửa: ngày, đêm, tình yêu, cuộc đời... mọi cánh cửa đều đóng im. Ngoại trừ, khi nàng *"gõ nhẹ nhàng, cánh cửa Thơ mở tức khắc và lớn rộng."* Dĩ nhiên (cũng theo Nguyên Sa), nàng thơ *"bước vào thế giới thơ qua cánh cửa lớn, rộng mở"* này. Thi sĩ Nguyên Sa còn nồng nàn giới thiệu với chúng ta những ngôi nhà thơ mới do Ngô Tịnh Yên xây cất... *"gồm toàn những đại sảnh, những thâm cung và cả những hành lang đầy ắp những cảm xúc sống động, tình yêu, tình đời, cảm xúc, suy tư, kiến trúc và trần thiết với những kỹ thuật ở những cao độ của kiến trúc thơ và nhìn xuống từ đó, là sâu thẳm bất ngờ."*

Còn tôi?

Sau khi đọc thêm những nhận xét của các tác giả khác viết về lục bát Ngô Tịnh Yên, tôi dịu dàng đặt thi tập *"Lãng mạn năm 2000"* lên mặt gối, rồi thong dong ra đứng ngoài mái hiên.

Mùa thu vừa trở về, đang nghiêng vai chào Montréal bằng những vụn gió lành lạnh. Hôm nay, buổi sáng trời mưa, buổi chiều trời nắng, buổi trưa trời mù. Nên tôi cũng vẫn là tôi, đứng loanh quanh ngó, rồi lui vô nhà. Đang bước đến gần con Hồng Yến, định cho nó tắm, thì trực nhớ đến Ngô Tịnh Yên, tôi trở lại với "Lãng Mạn Năm 2000". Hai bức chân dung làm phụ bản là hai bài thơ tôi đọc trước tiên. Nụ hồng trên cánh ngực trái và nụ nốt ruồi trên cánh môi như đang nói với tôi một điều gì. Có lẽ, có thể. Tôi chiêm nghiệm hai bài thơ một cách vô phép rồi gấp sách lại. Rồi mở ra trong cung cách ngày xuân bói Kiều.

Trang 19, giới thiệu cùng tôi một tâm cảnh sâu, nhẹ đầy thích thú, mời các bạn cùng xem với tôi:

"Tôi nằm
chết thử nửa giờ
nghe ba mươi phút bỗng ngơ ngẩn dài
Tôi nằm
chết thử một giây
nghe sáu mươi khắc mà thay đổi lòng

Tôi nằm
chết thử một hôm
nghe hăm bốn tiếng không còn một ai
Tôi nằm
chết thử nào hay
chiều tang nghi quán lạnh dài khói hương"

Thơ là một nguồn ngôn ngữ có mùi hương. Một mùi hương biết thở. Nếu quả đúng là Thơ.

Năm mươi sáu chữ của Ngô Tịnh Yên đang thở xoáy vào lòng tôi những thao thức, rạo rực, chợt như vui mà ngâm ngấm buồn. Cái hơi thở của Tịnh Yên như một luồn gió cuốn, đủ sức rủ rê những người mê làm thơ bước theo gót thơ của nàng. Trong đầu tôi bồng bềnh hai chữ "tôi nằm..." Tôi tưởng chừng như sắp viết ra những câu lục bát. Rất may, chỉ mới lặp lại *"tôi nằm, chết thử..."* rồi thôi.

Nhan sắc lục bát Ngô Tịnh Yên, theo tôi, không quá lộng lẫy, nhưng cái duyên của nó vô cùng. Luận về cái duyên, cũng theo tôi, một người con gái có nhan sắc rực rỡ, chưa đủ. Nàng phải để huề có những nét mặn mà, đậm đà, gợi, mở được tình cảm của người nhìn ngắm, mới thật đáng yêu, đáng mê. Thơ cũng vậy, nhất là thơ lục bát. Và lục bát của Ngô Tịnh Yên có được uyên nguyên căn bản này.

Tôi không quen làm công việc phân tích, bình, điểm, chỉ xin phép được quyền cho trình diện thêm chín câu lục bát khác của Tịnh Yên. Với chín câu này, chúng ta sống cùng với người làm thơ qua đêm, trong một không gian cô đơn mênh mông:

*"Đêm đêm
ám khói muội đèn
phòng tôi đóng cửa cài then nhớ người
Đêm đêm
ẩn hiện cánh dơi
người yêu đã hóa thành người yêu tinh
Đêm đêm
ghì lấy ngực mình
cho hồn vỡ nát những thành quách ma
Đêm đêm
u uẩn trăng tà
bóng rời khỏi vách hình là đà bay
Đêm đêm
tôi thấy tôi gầy"*

Điểm nổi bật trong thơ Ngô Tịnh Yên là đơn giản. Nhiều câu, tưởng chừng như tác giả đang giỡn với chữ nghĩa. Nhưng không, đó là những cái bất ngờ, mà nhà thơ Nguyên Sa đã nhìn ra. Đó cũng là một thứ *"ngôn ngữ quá thật, nó đến từ trái tim"* như nhà văn Nguyễn Dũng Tiến nhận định.

(...)

Lục bát Ngô Tịnh Yên, nhiều câu còn đứng sát rạt với ca dao. Sự gần gũi này, theo tôi, như một cố tình làm sống và nuôi xanh mãi ca dao của tác giả. Nó hoàn toàn không có tính cách bắt chước. Và chỉ đổi vài chữ trong câu sau đây, cũng đã thể hiện một tâm hồn giàu thi vị:

"*đôi chăn 'anh' đắp, đôi 'sầu' em đeo*".

Cái thú khi đọc lục bát Ngô Tịnh Yên, tôi xin lặp lại, là rất dễ sinh ra cái hứng để làm thơ.

Luân Hoán

Tranh Đinh Trường Chinh

NGÔ TỊNH YÊN & LỤC BÁT

được phép nối tiếp Nguyên Sa
tôi không cần vịn ba hoa vẽ vời
lý thú nghiêm chỉnh ươm lời
ngợi ca tài nghệ tay chơi thơ tình
những nụ lục bát xinh xinh
được đọc ai khỏi giật mình rung chân?
môi tủm tỉm lòng lâng lâng
cái ngộ ngộ của thi nhân tuyệt vời
tập thơ đầy đọc một hơi
ngộ tâm tác giả và tôi rất gần
ngỡ như mình được dự phần
bay trong suy tưởng phong trần thương yêu.

Luân Hoán
9.49 PM - 22-10-2015

Tranh Đinh Trường Chinh

Hoàng Anh Dũng

BIẾN, ĐỘNG & SÓNG
trong thơ Ngô Tịnh Yên

Một hôm nhà thơ Vương Đằng nói với tôi về một nhà thơ nữ Việt Nam ở hải ngoại, nói vài ba câu rất ngắn, và kết thúc bằng một cái chắc lưỡi: *Hay lắm!*

Một cú giới thiệu ngắn có lẽ vào loại nhất thế giới như thế ngay lập tức gây cho tôi một chút tò mò, dù lúc đó tôi hoàn toàn im lặng.

Ít lâu sau lão sư Vương Đằng gởi cho tôi một số bài thơ của Ngô Tịnh Yên. Vâng đó chính là nhà thơ nữ Ngô Tịnh Yên, một thi hiệu mà theo tôi có lẽ thuộc vào loại đẹp nhất Việt Nam xưa nay. Chỉ đọc cái tên đã thấy hay. Ngôn ngữ kinh doanh gọi là thi thương hiệu.

Thế còn thơ của NTY thì sao?

Tôi chủ trương không đọc hết những bài thơ của NTY, không đọc những lời bình của các tác giả khác về NTY, trong đó có những tác giả rất nổi tiếng, thậm chí tôi cũng không hề hỏi thăm lão sư về NTY.

Tôi muốn tự mình có một cái nhìn khách quan về thơ NTY.

Ngày xưa còn bé, sư phụ tôi là Duy Sơn lão nhân dạy tôi rằng: *không nên bình văn, và đặc biệt là không bình thơ*. Trí tôi ngày ấy hiểu rằng Thơ còn cao hơn Văn một bậc.

Thế nhưng lớn lên tôi mấy phen bất tuân lời người, tôi đã rất hân hạnh được một số thân hữu nhờ viết những bài bình cho văn thơ của họ. Và tôi đã bình rất nhiệt tình. Cực kỳ nhiệt tình, theo kiểu có sao nói vậy. Kết quả là sau những lần bình ấy, dường như tất cả họ đã nhìn tôi với ánh mắt khác lạ... Tôi càng lớn lên, thì số lượng những bài bình càng ít dần rồi mất hẳn, tưởng cũng mấy chục năm rồi.

Ấy vậy mà sau khi "lướt" qua bài thơ "Tín Điều" của NTY, trong khoảnh khắc tôi phải dừng lại. Một bài thơ hàm chứa rất nhiều tầng nghĩa, nói theo ngôn ngữ toán học là rất nhiều biến, do đó người đọc có thể đẩy bài thơ theo những hướng khác nhau. Chính các biến đã làm nên cái Động và làm nổi bật cái Tĩnh của bài thơ. Cụ thể là trong một bài lục bát ngắn như

"Tín Điều", ta thấy trong khi chỉ có 1 trục Tĩnh "ở trong nhau", thì lại có tới 10 biến trong tất cả các câu lục, và 20 biến trong tất cả các câu bát. Tất cả là 30 biến.

Tín Điều

Ở trong nhau
có thiếu, thừa
Nửa còn diễm tuyệt, nửa chưa viên thành
Ở trong nhau
có vô tình
Nửa mưu toan lạ, nửa rình rập xa
Ở trong nhau
có thật thà
Nửa đem trao tặng, nửa tha thứ lầm
Ở trong nhau
có hờn căm
Nửa xôn xao hận, nửa thầm lặng yêu
Ở trong nhau
có tín điều
Nửa ơn mưa móc, nửa thiêu hủy đời
Ở trong nhau
có cạn lời
Nửa đầy hứa hẹn, nửa vơi ước nguyền
Ở trong nhau
có sấm truyền
Nửa loạn điên nhớ, nửa điên loạn tình

Ở trong nhau
có mong manh
Nửa ngờ trọn vẹn, nửa hình như tan
Ở trong nhau
có bạc vàng
Nửa lâu đài mộng, nửa hoàng cung mơ
Ở trong nhau
có tượng thờ
Đã hoang tàn với bụi mờ thời gian.

Mỗi người trong đời đều có những xúc cảm, quan niệm, và trải nghiệm khác nhau, tất nhiên là khác với chính NTY, nên khi đọc thơ của NTY như bài "Tín Điều" trên đây, điều dễ thấy là họ ít nhiều sẽ có khuynh hướng thay đổi các biến theo ý họ. Nghĩa là, có bao nhiêu người đọc thơ NTY, có bao nhiêu cách cảm thụ khác nhau, thì có bấy nhiêu bài thơ theo "khung" NTY được ra đời. Và "Tín Điều" chính là một trong những bài mang tính chất "khung" như vậy. Và tất nhiên chúng ta cũng hy vọng rằng sẽ phát hiện được trong những bài thơ "theo khung" sẽ có những câu, những bài vô cùng tuyệt diệu, lạ và hay không kém nguyên tác của NTY.

Hãy xem một bài họa "theo khung" của Hoàng Quế Thủy Châu (11/6/2012):

Tín Điều

Ở trong nhau
có thiếu, thừa
Nửa thiếu đồng cảm, nửa thừa lặng thinh
Ở trong nhau
có vô tình
Nửa mong hòa hợp, nửa xin thôi mà!
Ở trong nhau
có thật thà
Nửa tim rung động, nửa là vô tâm
Ở trong nhau
có hờn căm
Nửa gặp may mắn, nửa lầm người yêu
Ở trong nhau
có tín điều
Nửa sống thực tế, nửa nhiều mộng mơ
Ở trong nhau
có cạn lời
Nửa đời hạnh phúc, nửa đời cuồng điên
Ở trong nhau
có sấm truyền
Nửa yêu điên dại, nửa nguyền sở khanh
Ở trong nhau
có mong manh
Nửa luôn chung thủy, nửa đành sang ngang

Ở trong nhau
có bạc vàng
Nửa mang hối tiếc, nửa hoang mang đời
Ở trong nhau
có tượng thờ
Nửa đi xa mãi, nửa thơ thẩn buồn!

Chúng ta có thể thấy những lời tâm sự, những trải nghiệm của HQTC thông qua bài thơ họa này cũng mang đến những cảm xúc mới lạ và man mác. Tôi cho những bài thơ như vậy chắc chắn gây được cảm xúc sâu xa nơi người đọc, bởi nó xuất phát từ những sự thực, những buồn vui, đau khổ, hạnh phúc trong đời của mỗi người.

Chính tôi, tôi không phải là một nhà thơ, dù rằng thuở xa xưa cũng có một vài bài diễm tình, thế mà đọc xong bài "Tín Điều" của NTY, tự dưng cũng thấy có nhu cầu nói lên những trải nghiệm của mình với ít nhất là chính mình. Có điều, khác với HQTC, tôi coi tên bài thơ cũng là 1 biến, và tôi đặt lại (mạn phép NTY) là "Nửa", bài đó như sau:

Nửa

Ở trong nhau
có thiếu, thừa
Nửa thiếu là phẳng, nửa thừa là vênh
Ở trong nhau
có vô tình

Nửa hoàng hôn vắng, nửa bình minh xa
Ở trong nhau
có thật thà
Nửa là ánh sáng, nửa là bóng râm
Ở trong nhau
có hờn căm
Nửa sân si hận, nửa đằm thắm yêu
Ở trong nhau
có tín điều
Nửa xênh xang mệnh, nửa liêu xiêu đời
Ở trong nhau
có cạn lời
Nửa rơi bến nước, nửa rơi con thuyền
Ở trong nhau
có sấm truyền
Nửa miền đồng vọng, nửa miền vô thanh
Ở trong nhau
có mong manh
Nửa ra toàn vẹn, nửa thành dở dang
Ở trong nhau
có bạc vàng
Nửa bạc là mộng, nửa vàng là mơ
Ở trong nhau
có tượng thờ
Nửa phai lữ thứ, nửa mờ cố hương.

HAD 8/6/2012

Tóm lại, một trong những biểu hiện thi tài của NTY chính là, với những cảm nhận, cảm xúc và thi hứng của mình, đã tạo ra những "khung" hết sức tự nhiên, tự nhiên đến mức đi vào khung rồi mà vẫn thấy như không, về mặt cụ thể những khung đó có đặc điểm là rất đời, rất người, để công chúng hoàn toàn có khả năng thưởng lãm, lĩnh hội, và khi đó, nếu họ thay thế những trải nghiệm của đời họ vào khung, thì vô hình trung chính họ cũng đóng góp cho đời không phải một mà rất nhiều tứ thơ tuyệt đẹp.

NTY đã khéo léo nêu một chủ đề hay những chủ đề và dẫn dắt – hay không dẫn dắt – người đọc cùng đi vào những chủ đề đó. NTY đã tạo ra một đám đông xung quanh mình, quanh thơ mình một cách tự nhiên. Và đó là điều tuyệt diệu. Tôi cho là NTY đã có những bài thơ Động. Thành công của NTY cũng chính là yếu tố Động trong Tĩnh.

Với những biến bỏ ngỏ trong thơ mình, NTY đã tạo ra Động, và Động đã tạo ra Sóng trong lòng người.

Đối với một nhà thơ, theo tôi, đạt được những điều vừa nói chính là Hạnh Phúc.

Trên đây là tôi chỉ nói riêng về bài "Tín Điều" thôi. Và tôi cũng chẳng đả động gì tới nội dung bài thơ. Bởi khung chắc thế thì nhà phê bình thứ thiệt cũng phải ngả mũ.

Bởi vậy, thưa các bạn, bài tôi viết đây không phải là một bài bình. Bởi vậy tôi hy vọng sẽ không nhận được ánh mắt "lạ" của NTY. Nói gì thì nói, sau nhiều năm xa cách với văn thơ, đặc biệt là thơ, thì chỉ với một bài "Tín Điều" không thôi, NTY đã kéo tôi trở về thế giới của ngày xưa, với bài họa "Nửa" đã giới thiệu ở trên. Thậm chí, hôm nay tôi còn ngồi viết thêm bài này. Lạ đấy chứ! Hay là tôi bị NTY tạo Sóng rồi? Có lẽ tuần tới khi gặp lại Giáo Sư Vương Đằng, tôi sẽ thuật lại chuyện lạ này, và cũng sẽ kết thúc với cái chắc lưỡi thôi!

Hoàng Anh Dũng
13/6/2012

Tranh Đinh Trường Chinh

Nguyễn Đại Hoàng

LỤC BÁT VÔ NGÔN VÀ NGÔ TỊNH YÊN

Mấy hôm nay trời Việt Nam mưa gió thật nhiều, những chuyến đi bị hoãn, tôi chợt nhớ ra mình còn một điều cần viết… Tôi tự hỏi: Không biết bài thơ hình thành từ các tựa thơ của NTY sẽ như thế nào đây? Chắc chắn tùy theo cách tổ hợp mà chúng ta sẽ có nhiều bài thơ khác nhau. Tôi xin giới thiệu một bài thơ mà tôi "nhìn" ra từ trong những tựa bài thơ trong những tập thơ của NTY, tôi đặt tựa là "Lục Bát Vô Ngôn":

Lục bát vô ngôn

Khoảnh khắc dự cảm diệu kỳ
bay sau cánh cửa em về vô ngôn

*một ngày nhớ túy phù dung
gối tình ân sủng mê cung rượu buồn
cổ mộ tình ốc mượn hồn
trăm dâu cứ đổ đầu tằm giả say
loay hoay duyên đã cạn rồi
gánh thơ qua những chợ đời tiêu diêu
nghe chừng tâm sự bọt bèo
lòng tôi ai chẻ tín điều lửa rơm
một khi trái khổ qua quên…
đoạn huyền những khúc buồn đêm xuân tình
cho tôi mượn đỡ trái tim
xưng tội với tình gọi tiếng yêu ơi!*

Đây cũng là một bài thơ khá kỳ lạ. Kỳ lạ bởi nó như được sắp xếp bởi một ngẫu hứng của NTY trong sáng tác thơ – hay cụ thể hơn – trong cách đặt tựa thơ.

Quý vị cần chú ý rằng, trong bài thơ nói trên, mỗi một câu thơ chính là tựa đề của 1, 2 hay 3 bài thơ. Một ví dụ: câu thơ thứ hai của bài thơ nói trên "bay sau cánh cửa em về vô ngôn", trong đó "Sau cánh cửa, em về" là tựa thơ có tới 5 chữ. Vậy là khó rồi đây. Nhưng nào có biết đâu NTY lại có bài "Bay". Đúng 1 chữ! Không thể có được một chữ nào hay hơn chữ đó! Bay! Thiệt là may mắn!

Nhưng không chỉ có thế. Chúng ta hãy chú ý đến câu thơ thứ năm của bài thơ nói trên. Đành rằng chúng ta có một tựa thơ rất đẹp và buồn đến khó thở: "Cổ mộ tình", nhưng tìm đâu ra thêm một tựa thơ vừa có đúng 3 chữ, vừa tương hợp với nội dung cô đơn của cổ mộ tình?

Thế nhưng không hiểu vì sao NTY lại có một tựa thơ "Ốc Mượn Hồn", để cuối cùng chúng ta có câu lục: "Cổ mộ tình ốc mượn hồn", một câu thơ gợi cảm xúc đến độ một thân hữu của tôi phải lắc đầu... tuyệt vọng! Ông ấy muốn nói: Ôi sao mà trùng hợp thế!

[Hai trường hợp vừa kể là các tựa thơ ở trong cùng một tập thơ ("Bay", "Sau cánh cửa, em về", "Vô ngôn" trong Tự Do Yên; "Cổ mộ tình" và "Ốc mượn hồn" trong tập "Ở Nơi Nào Cũng Có Tình Yêu").]

Một ví dụ khác còn kinh khủng hơn: số là quý vị cũng biết NTY có một bài thơ rất hay với tựa đề "Khi trái khổ qua quên"..., nhắc đến NTY mà không nói đến bài này thì coi như tiếc lắm, do đó tôi rất muốn đưa vào, khổ nỗi là câu này đã có tới 5 chữ rồi, nên chỉ được tìm tựa thơ nào chỉ có đúng 1 chữ và phải "ăn" với câu trên. Khó hơn câu thứ hai ở bài thơ trên rất nhiều!

Tưởng đã bó tay, ngờ đâu NTY lại có bài "Một", vừa đúng một chữ để ráp lại thành một câu lục: Một khi trái khổ qua quên ... rất chi là vừa vặn và tự nhiên!

Mọi chuyện chưa chấm dứt ở đây bởi bài thơ phải được khép lại bằng hai câu thơ lục bát vừa có thể nói được phần nào đó về NTY, vừa thể hiện được sự nối kết chặt chẽ với toàn bài. Đầu tiên tôi tìm được hai câu này:

"Cho tôi mượn đỡ trái tim
nửa khuya tóc trắng trả tình cho yêu"…

Nghe thì cũng tạm được nhưng vẫn có một cái gì đó chưa ổn, chưa ra NTY, tôi than thầm: phải chi NTY có bài thơ Trả tình cho yên (yên với cả 2 nghĩa) thì tuyệt biết bao:

"Cho tôi mượn đỡ trái tim
nửa khuya tóc trắng trả tình cho yên"

Thực tế NTY đã không có bài thơ đó! Không có trả tình cho yên mà chỉ có trả tình cho yêu thôi! Thế nhưng, một lần nữa, NTY lại có hai bài thơ khác, hay thì đã hẳn, nhưng cực kỳ thú vị là cả hai tựa thơ đều 4 chữ, và ăn với nhau đến không ngờ. [Nói nhỏ quý vị nghe, ông bạn vàng của tôi nói ở trên nghe xong chỉ biết ôm đầu kinh ngạc, ngửa mặt mà than rằng: Ôi! Đời sao mà nhiều tình cờ!]

Hai bài thơ đó là: "Xưng tội với tình" và "Gọi tiếng yêu ơi!"

Cuối cùng tôi đã có hai câu kết:

Cho tôi mượn đỡ trái tim
xưng tội với tình gọi tiếng yêu ơi!

Quý vị có thấy không hai câu cuối thật quá lạ lùng, vẫn ôm nhau đến mức đúng với cả dấu chấm than! Thật thiết tha và đáng yêu! Tôi có cảm giác hai câu này cũng chính là hình ảnh của người thi nhân cô đơn NTY. Hay cũng chính là NTY trong cuộc sống. Và chỉ là cảm giác thôi! Quý vị nghĩ sao: Đó có phải là một phần về NTY không?

Tôi nghĩ rằng đây không phải sự tình cờ, trùng hợp, ngẫu nhiên như ông bạn của tôi đã nghĩ. Bởi suy nghĩ của tôi, như các bài trước đã nói: Thơ là người và tựa thơ cũng là người. Do đó nếu đã là thơ NTY, tựa thơ NTY thì tất cả cũng như cành, lá, hoa … mọc ra từ một cây, nghĩa là vẫn có chất NTY dù là ở bất cứ tác phẩm nào của NTY.

Nguyễn Đại Hoàng
10/2012

Trầm Mộng Bằng

Thi Sĩ Ngô Tịnh Yên với Lục Bát

Vào cuối mùa Thu năm 1996, cùng với sự trở về của những cơn mưa trên vùng đất Cali, tạp chí Văn của Mai Thảo, Nguyễn Xuân Hoàng cũng đã trở lại. Và tôi đã đọc được bài thơ "Gánh Thơ Qua Những Chợ Đời", một bài lục bát có những nét độc đáo, lạ lùng, trong số báo đầu tiên đó.

Và cũng trong một dịp tình cờ, sau đó không lâu, tôi đã có dịp gặp gỡ con người đã tạo nên những vần thơ hấp dẫn kể trên, mang tên Ngô Tịnh Yên. Trong buổi gặp gỡ ấy, có người đã hỏi tôi về một cá nhân nào đó, tôi thú thực rằng một phần vì ít giao thiệp, một phần vì hay quên, nên tôi trả lời không nhớ. Ngô

Tịnh Yên đã nói một câu: "Mình cũng nên quên bớt đi anh ạ!" Tôi nhớ mãi câu nói ấy, câu nói của một tâm hồn đa cảm, mang nhiều kỷ niệm. Đâu đó. Một thời. Khó quên.

Bước vào thơ Ngô Tịnh Yên, dù có muốn nhìn với cái nhìn phân tích hay không, độc giả cũng sẽ thấy ngay được cái nét lạ trong thơ, trong ngôn ngữ. Nếu quan niệm thơ là sáng tạo, sáng tạo cái mới, cái chưa tìm thấy, thì ít nhất những vần thơ Ngô Tịnh Yên đã hiện ra được điều ấy, đồng thời vẫn trao gởi được sự giao động giữa âm thanh và ý nghĩa:

Gió đem sợi tóc chẻ hai
Mưa chẻ những giọt ngắn dài vấn vương
Tình yêu chẻ những vết thương
Biệt ly chẻ những con đường đắng cay
Hoa hồng chẻ mấy nhánh gai
Đường ngôi chẻ một, bàn tay chẻ mười
Con sông chẻ sóng bồi hồi
Nỗi buồn chẻ nhỏ, nỗi vui chẻ ngàn
Củi ngo còn dóm bếp than
Lòng tôi ai chẻ những tàn tro bay?

Hình ảnh và ngôn ngữ trong thơ Ngô Tịnh Yên rất gần gũi: gần gũi với cuộc sống, gần gũi với con người và xã hội VN chúng ta. Qua những hình ảnh thân mật đó, người đọc cảm được những xôn xao của giòng đời, cảm được những xót xa của tình yêu đổ vỡ, và cảm được nỗi gay go phấn đấu của thân phận.

    Khi tâm hồn rơi vào tình trạng cùng cực nhất, phải chăng cũng là lúc con người mong tìm ra được một lối thoát, dù cho đó là lối thoát cuối cùng – sự chết – với tấm lòng thanh thản nhất:

………………..
Tôi nằm
chết thử nửa giờ
………………..
Tôi nằm
chết thử một giây
…………...
Tôi nằm
chết thử nào hay
Chiều tang nghi quán lạnh dài khói hương.

    Đọc thơ Ngô Tịnh Yên, chúng ta cảm được nỗi đau khổ và cô đơn với một Karl Jaspers đâu đó, chúng ta thấy được niềm hy vọng trong tuyệt vọng với một Albert Camus quanh quất đâu đây. Tất cả những đặc tính ấy, đã tạo nên những đặc biệt của giòng thơ mang tên "Ngô Tịnh Yên", để ghi lại một dấu tích tình người, ghi lại một thân phận mang kiếp tha hương từ trong cổ tích, và ghi lại một trôi nổi như giòng sông vẫn mãi mãi không yên, với những chớp bể mưa nguồn trong nhau:

....
Bolsa
dù có dù không
Nơi lòng ai cũng hình dung Sàigòn

Bolsa
ngần ấy vui buồn
Ngần ấy chớp bể mưa nguồn trong nhau.

Với một cái nhìn mang cảm quan văn nghệ tính, thơ Ngô Tịnh Yên đã hiện ra như một đóa hoa đẹp, tự nhiên và lạ lùng, vươn lên mạnh mẽ trên một riêng biệt, hương thơm dịu dàng, tỏa bay trong gió, như một hiện diện, rõ ràng, mà mọi người đều nhận biết và chiêm ngưỡng.

Đó là một trong những cành hoa tươi thắm trên vườn thơ hải ngoại hôm nay và ngày mai.

Trầm Mộng Bằng

Tranh Đinh Trường Chinh

lê giang trần
hương lục bát ngô tịnh yên

Không tự dưng thành tên gọi Ngô Tịnh Yên. nhất là, sáng tạo một khuôn lục bát riêng ngô tịnh yên. giống như, một tinh tú bay cô độc âm thầm hoang liêu tịch mịch trở thành định tinh rực rỡ ánh sáng quyến rũ. tự chứng một dấu ấn, mà, như vũ thuật, khi thi triển, võ giới biết ngay người chưởng môn thành lập môn phái nào, như lục bát bùi giáng... – đặc thù, cõi riêng.

lục bát ngô tịnh yên tươi mới như dị thảo chợt xuất hiện trổ bông thơm ngát cô đơn trên triền chóp núi thanh khí vô nhiễm. không màng kẻ săn hoa hoài nghi. không buồn hoa ngàn năm mọc trên đỉnh trời cách biệt. hương lục bát ấy tự ngát một cõi ung dung vô ngại. lục-bát-hương này khi được chọn tinh chế thành nước hoa sẽ hấp dẫn người có ước mơ thanh tao chọn làm hương ướp cho sức sống và ẩn dụ gửi tặng tình nhân.

hương-lục-bát ngô tịnh yên, tinh chất chắt lọc từ đời sống truân chuyên tuổi hoa mộng, từ hương thời gian những giấc mơ ngoài tưởng tượng, từ hương nước mắt cộng nghiệp trầm luân, từ hương trí tuệ tự thân... hương lưu vong trong hương quê mình... hương tĩnh mịch nơi hương quê người... những thứ mật ba la của trần thế cô đọng thành hạt bụi hương trong veo chứa đầy thế giới tinh mật.

bao giờ ai vi tách lục bát rời rã từng con chữ vô hồn từng biểu tượng diệu âm phân tích tìm nguyên chất mật thành cấu trúc bài thơ hay hương thoảng? hãy để hương thơ phảng phất quyện đưa tâm trí lãng đãng ra ngoài giới hạn tâm trí đến nơi không bóng dáng trí nhớ... nơi như hồng hoang khi châu thân gọi là ngọc ngà khi ái ân gọi là thiêng liêng khi rộn ràng nhịp tim gọi là linh tính thổn thức khi dâng hiến gọi là hòa nhập đại thể...

lục bát khỏa thân chỉ là hóa danh để tưởng tượng về những bao la không thể diễn đạt bằng ngôn ngữ định hình kinh nghiệm kiến chấp. chìm vào. tan vào. len vào. nhập vào. đừng hỏi. hoặc hương ấy đê mê. hoặc nóng rực như nắng mà nồng nàn lá cháy. hoặc mát rượi như mưa mà ẩm ngáy cỏ cây. hoặc ướt lạnh như sương mà đẫm mùi tóc nhớ. rét khô tuyết đầy thèm quá môi non... đừng dừng lại quay lại. quay lại là thiên thu hóa đá. dừng lại là ngàn năm đợi chờ.

cái gì thượng thặng trở thành tự nhiên. cái gì điêu luyện trở thành hài hòa. cái gì quen thuộc trở thành đơn giản. tập trung tư tưởng trở thành trống rỗng vô tâm... những đã thành ấy bất ngờ nở những đóa hoa ngát hương kỳ diệu làm ngạc nhiên vận động tích cực của lý trí. khi nào phát giác giả danh ấy vô tính trong cõi tánh vô thường thì tạm gọi nhìn ra diệu tướng của hóa danh. có lần, nhà thơ mai thảo, ở tuổi trên sáu mươi, nói lục bát như một nơi trở về sau cực cùng đuối mệt. là chỗ nghỉ ngơi. êm đềm. thanh tịnh. không có tâm trạng của một kẻ kiệt lực, không có nội lực của một kẻ bất cần bạo lực, thì đừng tìm về lục bát.

tạo cho mình hương trời lục bát riêng, sống nhất tâm. ngó vào tưởng mộc mạc bình dị... nhưng giống như người chọn sống nơi hoang dã yên tịnh, sức sống ấy, tìm về ấy, không tự dưng. không tự dưng thành lục bát ngô tịnh yên.

lê giang trần
03 tháng 10, 2002

Vũ Đình Trọng

LỤC BÁT NGÔ TỊNH YÊN KHÔNG CHỈ ĐỌC MỘT LẦN

Lục Bát Ngô Tịnh Yên thì chắc nhiều người đã đọc và chắc không chỉ đọc một lần. Những điều đáng nói về Lục Bát Ngô Tịnh Yên thì đã có nhiều người nói, nhiều người viết. Trong bài "Ngô Tịnh Yên trong những vết tích thương đau", Trầm Mặc Châu viết:

"Thơ của Ngô Tịnh Yên thật sự đã làm tim tôi giao động mãnh liệt khi nhận định qua những dòng chữ lục bát ngậm ngùi, xót xa trong dấu tích vụn vỡ của tình yêu còn in đọng, hằn sâu. Một quá khứ dĩ vãng, đầy ắp kỷ niệm đeo sát không tan loãng theo thời gian. Ngô Tịnh Yên đã can đảm viết, vuốt ve cho đời mình để che đậy nỗi cay đắng lúc nào cũng len lỏi, ngôn ngữ là những mảnh vải "băng bó vết thương" cho bây giờ và mai sau."

Vết thương tưởng đã lành, nhưng đọc thơ Ngô Tịnh Yên, người ta mới biết, chẳng thể nào chữa khỏi một vết thương trong tâm tưởng:

Yêu người mà chẳng được yêu
Tôi ngồi đó tiếc con diều đứt dây
Đứt dây cứ buộc lại hoài
Trời cao chẳng gió cho dây lựa chiều
Dĩ nhiên mấy núi cũng trèo
Sông sâu vực thẳm cũng liều một phen
Muốn đêm là của dâng men
Của giường ráo riết hương quen mặn mà
Nên con tim mãi thật thà
Yêu sáng không đủ yêu qua tới chiều...

Yêu người có sợ gì yêu
Như con diều đó tôi liều... đứt dây.

(Kẻ lụy tình – "Lãng mạn năm 2000")

Vũ Đình Trọng

Uyên Nguyên
YÊU TÔI NÀO PHẢI, CÁI TÔI RIÊNG...!?

Buổi sáng đọc lại thơ Ngô Tịnh Yên,
"Lãng Mạn Năm 2000"

Từ *"gánh thơ qua những chợ đời,"* rồi gánh đời trên đôi vai mỏng, **Ngô Tịnh Yên** đi tiếp hành trình thơ *Lãng Mạn Năm 2000.* Cõi thơ một mình viết xuống, con chữ đau theo nỗi cách lìa, như những giọt nước mắt chẻ ra muôn nhánh sông, trôi về những tàn tro, buồn câm. Mà buồn, chỉ có người thơ biết, vì đâu mình buồn?

Con tim phiến loạn vẫn lì đòn yêu!
- Ngô Tịnh Yên, Phiến Loạn, tr.24

Thơ vì vậy thống thiết, *"Nếu có yêu tôi, thì hãy yêu tôi bây giờ."* Mà yêu tôi, phải đâu là *cái tôi riêng* cần được yêu!?

Thơ Ngô Tịnh Yên lãng mạn từ trước đó, năm 2000, khi nhân loại bước vào thế kỷ XXI, vỡ lẽ tình yêu là bài học vỡ lòng không thuộc. Chiến tranh, thù hận, tội ác… mở toang hoang những cánh cửa địa ngục, người lùa nhau vào…

Lãng Mạn năm 2000, là bức tự họa dung nhan, với màu son môi thắm, để an ủi nụ cười, vì tin vào một điều có thật, Tình Yêu Ấu Thơ.

Đi đâu giữa những con đường?
Cũng quay trở lại tâm hồn tuổi thơ.
- Ngô Tịnh Yên, Mật Ước, tr.39

Dầu sao cũng không giấu được một nỗi lo, ngậm ngùi! Vì từ thế kỷ XXI, biết còn ai đi tiếp hành trình quay lại của mình! Để ê a hát bài đồng dao người lớn:

Dấu yêu để lại nơi này
chẳng thương, thì cũng những ngày với nhau
Dấu yêu dù chẳng dài lâu
chẳng thương, thì cũng với nhau những ngày…
Dấu yêu để lại phương tây
cho đông phương trắng mây bay cuối đèo
Dấu yêu để lại không nhiều
mang theo chi suốt những yêu dấu đời?

yêu dấu để lại cho người.
- Ngô Tịnh Yên, Dấu yêu ơi để lại cho người, tr.65

Viết đến đây, lại nghe tin anh **Việt Dzũng** qua đời lúc 10 giờ 35 phút sáng tại bệnh viện Fountain Valley, CA. , *đã tan theo ngày nắng vội.*

đời chìm theo bóng chim cuối ngày
ôi bóng chim cuối ngày mà thôi.

- Thơ Du Tử Lê, nhạc Việt Dzũng

Gởi theo Anh cho nhẹ đường bay.

20 tháng 12, 2013

Uyên Nguyên

mục lục

Khánh Ly • Lục bát Yên   7
    Tranh Đinh Trường Chinh   6 &14
ABC… Lý lịch   15
Bạc   16
Bên bờ tử sinh   17
Bố cáo   18
Bốn mùa ra đi   19
Bước ra khỏi một mối tình   20
Ca dao thế kỷ mới   21
Cái tôi không đáng ghét   22
Cổ tích   23
Cuội   24
Đàng nào cũng thế mà thôi!   25
Đãng trí   26

Điều răn thứ 13	27
Đóa tình rơi	28
Tranh Đinh Trường Chinh	29
Đời mây nhẹ	30
Ghen Ngược	32
Giờ thì… chắc đã quên nhau	33
Gió	34
Hoa tim	36
Hỏi ngã về đâu?	38
Hơi đâu mà buồn	39
Hữu tình ngồi nhớ vô tình	40
Làm người... Làm thơ	41
Loay hoay duyên đã cạn rồi	42
Lòng hoe hoe buồn	44
Tranh Đinh Trường Chinh	45
Mèo Chuột	46
Một lần nghe bước tình đi	47
Muội huynh đệ tử của tình	48
Những ngón tay ký ức	50
Những vai đóng thế trên màn bạc đời	52
Nửa khuya tóc trắng	54
Ớ hay!	55
Ốm	56
Phiêu	57
Ru tình đã quên	58

Saigon mười năm trở lại	60
Tranh Đinh Trường Chinh	*61*
Sanh Thần	62
Tất Niên	63
Thể	64
Thi sĩ	65
Thiếu thừa	66
Thong dong mặt trời	68
Tờ lịch cuối	69
Trái gai	70
Trăng Saigon	72
Tranh Đinh Trường Chinh	*73*
Trong, ngoài	74

thơ phổ nhạc

Tranh Đinh Trường Chinh	*78*
Thiếu Thừa • **Trần Duy Đức**	79
Lẻ Loi • **Trần Duy Đức**	80
Nếu Có Yêu Tôi • **Trần Duy Đức**	82
Tình Facebook • **Trần Duy Đức**	84
Ngọn Tóc Chẻ Đôi • **Huey Nguyễn**	86

phụ lục

Tranh Đinh Trường Chinh	*89*
The Falling Leaf • ***Bruce Lee***	90
Lá Rơi • ***Ngô Tịnh Yên***	91
Elle • ***Eric Cantona***	92
Nàng • ***Ngô Tịnh Yên***	93
The Road Not Taken • ***Robert Frost***	94
Lối Vắng • ***Ngô Tịnh Yên***	95
The Silent Flute • ***Bruce Lee***	96
Sáo Lặng • ***Ngô Tịnh Yên***	97
Momentary Love • ***Eliza Ngo***	98
Thoảng chút tình qua • ***Ngô Tịnh Yên***	99

lời bạt

Tranh Đinh Trường Chinh	*102*
Nguyên Sa • Thi Nhãn Ngô Tịnh Yên	103
Du Tử Lê • phong cách, thịt xương lục bát Ngô Tịnh Yên	108
Tranh Đinh Trường Chinh	*109*
Luân Hoán • Lục bát Ngô Tịnh Yên	110
Tranh Đinh Trường Chinh	*114*

Luân Hoán • NGÔ TỊNH YÊN & Lục Bát   115
    Tranh Đinh Trường Chinh   *116*
Hoàng Anh Dũng • BIẾN, ĐỘNG & SÓNG
    trong thơ Ngô Tịnh Yên   117
    Tranh Đinh Trường Chinh   *126*
Nguyễn Đại Hoàng • Lục Bát Vô Ngôn
    và Ngô Tịnh Yên   127

Trầm Mộng Bằng • Thi sĩ Ngô Tịnh Yên
    với Lục Bát   132
    Tranh Đinh Trường Chinh   *136*
lê giang trần • hương lục bát ngô tịnh yên   137
Vũ Đình Trọng • Lục Bát Ngô Tịnh Yên
    Không Chỉ Đọc Một Lần   140
Uyên Nguyên • Yêu Tôi Nào Phải, Cái Tôi Riêng   142

TÁC GIẢ & TÁC PHẨM

Ngô Tịnh Yên
còn có các bút hiệu Mimosa, Trà My…
Sinh quán: Sài Gòn, Việt Nam
Định cư tại California, Hoa Kỳ.

Tác phẩm đã xuất bản:

- Ngũ Long Công Chúa *(Truyện, 1989)*
- Ở Nơi Nào Cũng Có Tình Yêu *(Thơ, 1993)*
- Lãng Mạn Năm 2000 *(Thơ, 1996)*
- Lục Bát Khỏa Thân / Trăng Mật *(Thơ, 2002)*
- Thiên Thần Trong Địa Ngục *(Ký Sự, 2013)*
- Angels In Hell *(2014)*
- Lục Bát Yên *(2024)*

NGÔ TỊNH YÊN
Lãng Mạn Năm 2000

THƠ

Nhà xuất bản
ĐỜI

NGÔ TỊNH YÊN

Trăng Mật

Lục Bát Khỏa Thân

www.ingramcontent.com/pod-product-compliance
Lightning Source LLC
LaVergne TN
LVHW012023060526
838201LV00061B/4422